Nyamanza Ndege

Imefasiriwa na Elieshi Lema
Imefanyiwa warsha na wanafunzi wa
Shule za Msingi 34 za Dar es Salaam

Picha zimechorwa na Terry Milne

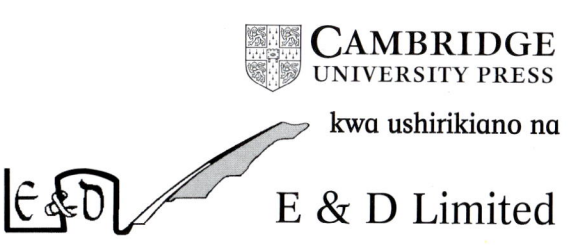

CAMBRIDGE UNIVERSITY PRESS

kwa ushirikiano na

E & D Limited

Shile alivutiwa sana na jamii ya wanyama wa mwituni. Alipenda kuwasikiliza wakiongea na kucheka na kusimuliana hadithi. Kwani Shile alikuwa mtoto wa ajabu. Aliweza kuzungumza na wanyama na ndege. Aliweza kusikia sauti ndogo sana za vipepeo na sisimizi na hata majani madogo yanaporefuka! Wanyama wakubwa walimpenda na wanyama wadogo pia. Hata Nyamanza, ndege wa Amani alimpenda Shile. Nyamanza aliwafurahisha viumbe wote mbugani kwa sauti ya nyimbo zake tamu.

Siku moja asubuhi Shile
alipowasili mbugani
wanyama wote walikuwa
wanalia! "Kulikoni?"
Shile aliuliza. "Nyamanza,
rafiki yetu mpenzi ameibiwa.
Sasa hatuna wa kututuliza," Twiga alilia.
"Jana usiku," Pundamilia alilalamika.
"Zimwi mbaya, Zimwi mbaya. Nyamaza kachukuliwa na Zimwi mbaya.
Lazima tumrudishe," Chui alisema kwa sauti nzito ya kutisha.
"Lazima Nyamanza arudishwe nyumbani," Kobe alisisitiza.
Lakini wanyama wote walimuogopa Zimwi.

4

Shile alikuwa shupavu.
"Nyamanza ni rafiki yangu pia. Nitakwenda kumuokoa kutoka kwa Zimwi," alisema. Furaha ilirudi kwenye nyuso za wanyama.
"Wewe ni shujaa," Bundi alicheka na kupigapiga mbawa zake.
"Tumpe Shile zawadi za kumsaidia," alitoa wazo.
Pundamilia alimpa mshazari mmoja. Chui akatoa madoa yake yaliyofanana na changarawe. Wanyama wengine walitoa sauti zao tofauti zenye milio ya kutisha.

Tembo alipiga tarumbeta, Simba akanguruma, Mbwa Mwitu alibweka. Nyoka, Bundi na Kobe waliongezea zao.
Shile akaweka zawadi zote kwenye mkoba. Safari ikawa imekamilika.

Shile alikaa chini, akaweka sikio lake kwenye ardhi na kusikiliza. Mbuga yote ilikuwa kimya. Mawazo ya wanyama kuhusu safari hiyo ya hatari yalipita mbugani kama upepo. Baada ya muda mrefu, Shile alisikia, *"Krooooooo, krooooooo, krooooooo."*
Sauti iltokea mlimani, hukoo mbali alikoishi Zimwi.

Shile alianza safari. Alitembea, akatembea, akatembea. Siku saba, usiku na mchana.
Alipanda milima, akashuka mabonde.
Alipita mbugani, akapita msituni. Alitembea sana.
Mwishowe aliona mlima mrefu alimoishi Zimwi.
Shile alingoja giza liingie.
Mjusi alimueleza Shile, "Zimwi huyo analala sana.
Halafu anakoroma. Mlinzi wake ni Popo."
Shile alipanda mlima, kimya, kimya.
Krrrrr, krrrr, Zimwi alikoroma.
Shile alipanda mlima hadi
pangoni alimolala Zimwi.

Shile aliingia pangoni
kimya, kimya. Nyota
na mbalamwezi vilimulika pango.
Popo alikuwa amelala usingizi juu ya tundu la
ndege. Shile alilisogelea kwa kunyata.
Ndani ya tundu alimuona Nyamanza.

"Nyamanza, Nyamanza," Shile aliita kwa sauti
ya chini. Mara Nyamanza alimuona Shile.
Furah ilimjaa, akashindwa kuvumilia.
"Krooooooo, krooooooo, krooooo," alianza kuimba.
Alitoka kwenye tundu, akarukia mikononi mwa Shile.
"Krooooooooo."

Zimwi alizinduka usingizini. "Ndege wangu yuko wapi?
Ndege wangu yuko wapi?
We Popo, nani amemchukua ndege wangu?" Zimwi aligomba.

9

Shile alitimua mbio, akashuka mlima haraka.
"*Kroooooooo*," Nyamanza alimhimiza.
Zimwi liliwafuata nyuma. "Mrudishe ndege wangu, we mtoto," Zimwi alipiga kelele.
Ghafla Shile alishtukia jabali kubwa mbele yake. Afanyeje? Hapohapo alikumbuka kamba ya Pundamilia kwenye mkoba. Haraka akaitoa na kuifunga kwenye mti. Alimkumbatia na kumshikilia vizuri Nyamanza.
Chaaaaap, aliteleza kwenye kamba mpaka chini.
"*Kroooooooo*," Nyamanza alishangilia.
Wimbo wa Ndege wa Amani ulichukuliwa na upepo, *kroooooo*... ukasikika upande wa pili wa mlima ukasambaa mwituni.

Zimwi alijaribu kuteleza kwenye kamba ya Pundamilia. Ha! Hakufika mbali. Chap, kamba ikakatika. Zimwi akaanguka, bam, booo, baaa. Alibingirika kama jiwe, huyoo mpaka chini! Aliumia.
"Yoo, yoo," alilia, lakini hakuacha kumkimbiza Shile. Shile alikuwa tayari ameshafika mbali, kwenye ukingo wa mto mkubwa.

Haraka haraka Shile alichukua madoa ya Chui kwenye mkoba akayatupa kwenye maji. Madoa yakaelea kama mawe, yakawa makubwa, yakafanya daraja. Shile akavuka mto.
Mbio, Zimwi alikuja nyuma ya Shile na kujaribu kuvuka.

Lo! Alipokanyaga jiwe la kwanza, Zimwi alianza kudidimia. Plaa, plaa, plaa, alijitahidi kuogelea hadi naye akavuka mto. Alikuwa amelowa na kutetemeka kwa baridi. Hasira zilimpanda zaidi. Lakini tamaa ya kumpora ndege wa amani ilizidi hasira na maumivu. "Ndege wangu. Namtaka ndege wangu," Zimwi alilia ovyo na kuzidisha mbio. Alikaribia kabisa kumkamata Shile na kumpokonya Nyamanza, Ndege wa Amani.

Shile alitishika na kuogopa sana. Nyamanza akanyamaza kimya kwa woga. Haraka Shile alitia mkono kwenye mkoba akatoa kinga yake ya mwisho. Akarusha sauti za kutisha za wanyama hewani...

14

Shile mbele, Zimwi nyuma, wote walitimua mbio. Mara sauti za wanyama zilisikika kama radi katika masikio ya Zimwi. Mingurumo ya kutisha, tarumbeta zilizopasua ngoma za masikio na zingine nyingi mchanganyiko.

Zimwi akaanguka, akapata kizunguzungu, akagaragara chini, akapiga kelele ovyo. Mwisho alikata tamaa ya kumpata Nyamanza.

Alirudi nyuma na kukimbia haraka sana.

Shile na Nyamanza walirudi mbugani kishujaa. *"Kroooooooo,"* Nyamanza aliimba kwa sauti nzuri iliyopepea mbugani kote. Wanyama wote alicheka kwa furaha. Amani ilirudi tena mbugani.

Shile alisikia majani yakinong'ona kuhusu kurudi kwa Ndege wa Amani. Vipepeo waliimba. Zimwi hakujaribu tena kurudi mbugani kuvuruga amani.